SẢN XUẤT BIA TẠI NHÀ: HƯỚNG DẪN ĐẦY ĐỦ VỀ SẢN XUẤT BIA TẠI NHÀ

100 CÔNG THỨC, MẸO VÀ KỸ THUẬT ĐỂ TẠO RA CÁC LOẠI BIA THỦ CÔNG ĐỘC ĐÁO VÀ ĐƯỢC CÁ NHÂN HÓA

Xuân Khôi

**Đã đăng ký Bản quyền.
từ chối trách nhiệm**

Thông tin chứa trong tôi nhằm mục đích phục vụ như một bộ sưu tập toàn diện các chiến lược mà tác giả của Sách điện tử này đã thực hiện nghiên cứu. Tóm tắt, chiến lược, mẹo và thủ thuật chỉ là đề xuất của tác giả và việc đọc Sách điện tử này sẽ không đảm bảo rằng kết quả của một người sẽ phản ánh chính xác kết quả của tác giả. Tác giả của Sách điện tử đã thực hiện mọi nỗ lực hợp lý để cung cấp thông tin hiện tại và chính xác cho người đọc Sách điện tử. Tác giả và các cộng sự của nó sẽ không chịu trách nhiệm pháp lý cho bất kỳ lỗi hoặc thiếu sót không chủ ý nào có thể được tìm thấy. Tài liệu trong Sách điện tử có thể bao gồm thông tin của bên thứ ba. Tài liệu của bên thứ ba bao gồm các ý kiến được thể hiện bởi chủ sở hữu của họ. Do đó, tác giả của Sách điện tử không chịu trách nhiệm hoặc trách nhiệm pháp lý đối với bất kỳ tài liệu hoặc ý kiến của bên thứ ba nào. Cho dù là do sự phát triển của internet hay do những thay đổi không lường trước được trong chính sách của công ty và nguyên tắc gửi biên tập, những gì được coi là sự thật tại thời điểm viết bài này có thể trở nên lỗi thời hoặc không thể áp dụng được sau này.

Sách điện tử có bản quyền © 2023 với mọi quyền được bảo lưu. Việc phân phối lại, sao chép hoặc tạo tác phẩm phái sinh từ toàn bộ hoặc một phần Sách điện tử này là bất hợp pháp. Không có phần nào của báo cáo này có thể được sao chép hoặc truyền lại dưới bất kỳ hình thức nào mà không có sự cho phép rõ ràng bằng văn bản và có chữ ký của tác giả.

GIỚI THIỆU 8
CÁC MÓN NƯỚNG 10
  1. Bò hầm rau củ 10
  2. Bia hổ phách Alaska đậu đỏ 12
  3. Ức bia ớt 14
  4. Bia và bánh quy gà-Perdue 16
  5. Gà đập bia 18
  6. Cá chiên bột bia 20
  7. Cá bơn chiên bia 22
  8. Bột bia cho gà rán 24
  9. Bột bia cho tôm & rau củ 26
  10. Bia bột chiên đế 28
  11. Rau củ chiên bột bia 30
  12. Gà ủ bia Mexico 32
  13. Cá bơn bột bia 34
  14. Cá và khoai tây chiên trong bột bia 36
  15. Nấm tẩm bia 38
  16. Khoai tây sò điệp hầm bia 40
  17. Cơm rừng ngâm bia 42
  18. Cua lột bột bia 44
  19. Gà tẩm bột ăn tối 46
  20. Gà chiên bột bia 48
  21. Sườn heo sốt bia teriyaki 50
  22. Sườn cừu sốt mù tạt 52
  23. Mực tẩm bia 54
  24. Bò kho bia 56
  25. Tôm càng nướng bia 58
  26. Bia ớt 60
  27. Xúc xích bia 62

28. Xúc xích Ba Lan luộc bia 64
29. Cơm bia 66
30. Salad khoai tây bia 68
31. Cơm bò ức 70
32. Vịt quay bia 72
33. Thịt viên sốt bia 74
34. Mỳ ống tóc thiên thần tôm bia 76
35. Cá bia Đức 78
36. Tôm ngâm bia và bột nghệ 80
37. Súp bia quế 82
38. Cá trê ngâm bia 84
39. Bia lên mông gà 86
40. Cà rốt ngâm bia 88
41. Burger bia nướng 90
42. Bánh mì nướng bia 92

CÁC LOẠI SÚP HẦM 94

43. Kem súp bia 94
44. Súp bia hành tỏi 96
45. Súp bia phô mai thịt xông khói 98
46. Súp hành bia Bavarian 100
47. Bia hầm bì 102
48. Súp bông cải xanh bia phô mai 104
49. Canh bia bờ biển 106
50. Biersuppe (súp bia) & súp bơ 108

BIA NHÀ LÀM 110

51. Bia chuối 110
52. Bia lúa mì Alcatraz 112
53. Bia gốc A&W 114
54. Bia tỏi 116
55. Bia thường California 118
56. Bia gốc sáu giờ 120
57. Bia Maerzen 122
58. Bia hơi 124
59. Bia việt quất 126

60. Bia gừng thân mật 128
61. Máy làm mát bia cà chua 130

BIA COCKTAI 132
62. Bia margarita 132
63. Chelada cổ điển 134
64. Michelada 136
65. Thức Uống Nhung Đen 138
66. Shandy cổ điển 140
67. Bưởi Shandy 142
68. Spritzer dâu tây dưa chuột 144
69. Biagarita 146
70. Bacardi Vôi Bắn với Bia 148
71. Fidelito 150
72. Biamosa 152
73. Sunshine Boilermaker 154
74. Cinco 156

MÓN TRÁNG MIỆNG 158
75. Bia và dưa bắp cải 158
76. Bánh quy bia 160
77. Bánh bia gia vị 162
78. Súp bia phô mai bỏng ngô 164
79. Táo nhồi nướng bia 166
80. Bánh phô mát Cheddar & bia 168
81. Bia trái cây Anh 170
82. Bánh mì bia cơ bản 172
83. Bánh xốp bia phô mai 174
84. Bánh mì bia thì ..... là 176

MÓN NGON 178
85. Bia hạt 178
86. Măng tây chiên bột bia 180
87. Bánh quy cam 182
88. Bánh nướng bia 184
89. Khói trong bia và mật ong 186

90. Hành tây chiên bột bia	188

CHẤM, RƠI & GIA VỊ 190

91. Sốt phô mai & bia	190
92. Bột bia Tempura	192
93. Sốt thịt nướng kiểu Đức	194
94. Lau bia cơ bản	196
95. Bột bia cho cá	198
96. Trải bia và edam	200
97. Bia nhúng phô mai và ớt	202
98. Bia nước mắm	204
99. Ướp thịt bò bằng bia	206
100. Salsa bia Mexico	208

KẾT LUẬN 210

GIỚI THIỆU

Sản xuất bia tại nhà ngày càng trở nên phổ biến trong những năm gần đây. Nhiều người quan tâm đến việc tìm hiểu cách tự làm bia thủ công tại nhà. Với cuốn sách dạy nấu ăn này, chúng tôi muốn cung cấp một hướng dẫn toàn diện về cách pha chế tại nhà, cung cấp cái nhìn sâu sắc về tất cả các khía cạnh của quá trình pha chế. Từ các kỹ thuật nấu bia cơ bản, chọn nguyên liệu, lên men, ủ chín và nếm thử lần cuối, hướng dẫn này sẽ hướng dẫn bạn từng bước trong quá trình tạo ra loại bia thủ công của riêng mình. Ngoài ra, chúng tôi đã bao gồm một số công thức nấu ăn yêu thích của chúng tôi, để mang đến cho bạn nguồn cảm hứng cần thiết để tạo ra loại bia tại nhà độc đáo và ngon miệng của riêng bạn. Hãy sẵn sàng để học hỏi, thử nghiệm và tận hưởng niềm vui khi bạn tạo ra loại bia thủ công hoàn hảo của mình!

MÓN NGON

1. Bò hầm rau củ

Năng suất: 6 phần ăn

Nguyên liệu

- 2 bảng thịt bò hầm
- 1 muỗng canh Cỏ xạ hương khô
- 1 muỗng canh hương thảo khô
- ¼ chén dầu thực vật

- 2 muỗng canh bơ
- 1 tách Hành; bóc vỏ và thái hạt lựu
- $\frac{1}{4}$ cốc Bột mì
- 12 ounce Bia đen
- 1 lít nước dùng thịt bò nóng
- $\frac{1}{2}$ cốc Cà chua nghiền
- 2 muỗng cà phê Muối & 2 muỗng cà phê hạt tiêu
- 1 cốc Cà rốt và cần tây gọt vỏ và thái hạt lựu
- 1 tách Rutabaga gọt vỏ và thái hạt lựu
- 1 tách Rau mùi tây gọt vỏ và thái hạt lựu

Trong một cái soong lớn , đun sôi và giảm nhiệt để đun nhỏ lửa. Nấu trong $\frac{3}{4}$ giờ.

2. Bia hổ phách Alaska đậu đỏ

Năng suất: 6 phần ăn

Nguyên liệu

- 1 bảng đậu đỏ; nấu chín
- ½ cân Anh giăm bông; thái hạt lựu
- ½ cân Anh Xúc xích liên kết nóng; thái hạt lựu
- 3 quả jalapeños vừa hạt tiêu Chile
- 1 phương tiện củ hành; thái hạt lựu
- 1 muỗng canh gia vị Creole
- 2 Chai Bia Hổ Phách Alaska

- ½ cốc Rau cần tây; thái hạt lựu

- ½ cốc Ớt chuông đỏ; thái hạt lựu

Trong một cái nồi sành hoặc một cái chảo nặng 3 lít, cho tất cả các nguyên liệu trừ đậu vào đun sôi và đun nhỏ lửa trong một hoặc hai giờ. Thêm đậu và đun nhỏ lửa trong một hoặc hai giờ nữa.

Không sử dụng gia vị creole làm bằng muối. Xúc xích và giăm bông cung cấp muối, và có thể thêm nhiều muối hơn nữa tại bàn.

Thêm ớt bổ sung nếu muốn. Ăn với cơm. Để ráo đậu và đổ đầy nước để đậy nắp và đun nhỏ lửa cho đến khi mềm .

3. ức ức nấu bia và ớt

Năng suất: 1 phục vụ

Nguyên liệu

- 2 tép tỏi; băm nhỏ
- 2 muỗng cà phê thì là
- ¼ thìa cà phê Quế
- ¼ cốc Thêm 1 Tbs. đường nâu
- 5 cân thịt ức
- 2 củ hành tây lớn ; cắt thành nêm
- 1 cái ly Bia đen; hoặc mập mạp

- 3 muỗng canh bột cà chua
- 1 muỗng canh ớt chipotle đóng hộp
- 10 cái nhỏ Khoai tây đỏ; cắt một nửa
- ½ cân Anh Cà rốt bao tử

Trộn 3 thành phần đầu tiên triệt để. Xoa ức với hỗn hợp gia vị để bọc và đặt trên giấy bạc.

Đặt hành tây nêm trên thịt. Kết hợp 3 thành phần tiếp theo và đường nâu còn lại trong một cái bát. Đổ thịt.

Thấm thịt với nước chảo và nướng thêm một giờ nữa.

Thêm khoai tây và cà rốt vào chảo. Nướng khoảng 1 tiếng rưỡi, không đậy nắp .

4. Bia và bánh quy gà - Perdue

Năng suất: 4 phần ăn

Nguyên liệu

- 1 con gà Perdue, chặt miếng
- ⅓ chén bột mì
- 1 muỗng cà phê Ớt cựa gà
- 2 muỗng cà phê muối
- ¼ muỗng cà phê gừng
- ¼ muỗng cà phê tiêu
- ½ cốc bia

- 1 quả trứng
- ½ cốc Bánh quy nghiền mịn
- ¼ cốc bào phô mai parmesan
- ¼ cốc miếng thịt xông khói nghiền nát
- 1 muỗng canh Rau mùi tây khô

Trộn bột mì, ớt bột, muối, gừng và hạt tiêu trong một bát trộn. Thêm bia và trứng .

Trộn bánh quy nghiền, phô mai parmesan, thịt xông khói và rau mùi tây trong túi nhựa. Nhúng miếng gà và lắc để phủ.

Nướng, đậy nắp, ở 350 F trong 30 phút

5. gà bột bia

Năng suất: 4 phần ăn

Nguyên liệu

- 1 cái ly bột mì chưa rây
- 1 muỗng canh ớt bột
- ½ thìa cà phê Muối
- 1 tấn dầu ngô
- 1 cái ly Bia
- 3 cân Thịt gà chặt miếng

Trong một bát lớn, khuấy đều 3 thành phần đầu tiên. Đổ dầu ngô nặng 3 qt. chảo hoặc nồi chiên ngập dầu, không đổ đầy quá ⅓.

Đun nóng trên lửa vừa đến 375 độ

Khi đã sẵn sàng để chiên, dần dần khuấy bia vào hỗn hợp bột cho đến khi mịn. Nhúng từng miếng thịt gà vào bột; rũ bỏ dư thừa.

Chiên từng miếng một; thỉnh thoảng trở, từ 6 đến 8 phút hoặc cho đến khi thịt gà có màu nâu vàng và mềm. Xả trên khăn giấy. Giữ ấm trong khi chiên các miếng còn lại.

6. Cá viên chiên bia

Năng suất: 1 phần ăn

Nguyên liệu

- 1 cái ly bisquick
- 1 muỗng cà phê Muối
- 4 6 ounce bia
- ⅓ cốc Bột ngô
- ¼ thìa cà phê Hạt tiêu
- 2 cân Cá phi lê

Kết hợp các nguyên liệu khô và thêm bia để có được hỗn hợp sền sệt để chấm. Cá muối và nhúng trong bột. Chiên ngập dầu ở 375 độ cho đến khi cá có màu vàng nâu.

7. Cá bơn chiên bột bia

Năng suất: 1 phần ăn

Nguyên liệu

- 1 cái ly bisquick
- 1 muỗng cà phê Muối
- 4 6 oz bia
- ⅓ chén bột ngô
- ¼ muỗng cà phê tiêu
- 2 cân Cá phi lê

Kết hợp các nguyên liệu khô và thêm bia để có được hỗn hợp sền sệt để chấm. Cá muối và nhúng trong bột. Chiên ngập dầu ở 375 độ cho đến khi cá có màu vàng nâu.

8. Bột bia cho gà rán

Năng suất: 1 phục vụ

Nguyên liệu

- ⅔ chén bột mì
- ½ muỗng cà phê muối
- ⅛ muỗng cà phê tiêu
- 1 lòng đỏ trứng gà; bị đánh
- ¾ cốc bia phẳng

Kết hợp các thành phần khô & đặt sang một bên. Đánh tan lòng đỏ trứng & cho từ từ bia vào.

Dần dần thêm nó vào hỗn hợp khô. Làm ẩm gà.
Nhúng qua bột mì đã pha rồi nhúng qua bột năng.
Nhúng qua bột nêm lần nữa. Chiên rán

9. Bột bia cho tôm và rau củ

Năng suất: 1 phục vụ

Nguyên liệu

- 2 chén bột
- 2 cốc bia
- dầu; để chiên
- Bột dày dạn; để nạo vét
- Con tôm; gọt vỏ, thái chỉ
- dải zucchini
- bông cải xanh

Trong một cái bát với bột mì, cho bia vào, mỗi lần một lượng nhỏ. Thêm nhiều bia khi cần thiết. Đổ bột qua lưới lọc và để yên trong một giờ. Kiểm tra độ đặc mong muốn và thêm bia nếu cần.

Trong một cái chảo sâu lòng, đun nóng dầu đến 360 độ. Nhúng món cần chiên qua bột mì đã pha rồi nhúng vào bột bia. Chiên cho đến khi vàng. Vớt ra đĩa có lót khăn giấy. Phục vụ ngay lập tức.

10. đế chiên bột bia

Năng suất: 1 phần ăn

Nguyên liệu

- 2 cân Phi lê đế
- ¾ cốc Bột mì
- 1 muỗng cà phê Bột nở
- ½ thìa cà phê Bột hành tây
- ⅛ muỗng cà phê tiêu sọ
- ½ cốc bia
- 2 quả trứng, dầu thực vật đánh tan sốt tartar

Bột cho món cá chiên này nhẹ và giòn với hương vị bia tinh tế. Các loại phi lê cá khác có thể được thay thế cho đế.

Thấm khô cá bằng khăn giấy. Cắt từng mảnh làm đôi theo chiều dọc.

Kết hợp các thành phần khô. Trộn bia với trứng và 2 TBS dầu và thêm vào nguyên liệu khô. Chỉ khuấy cho đến khi ẩm. Đun nóng $\frac{1}{4}$ inch dầu trong chảo

Nhúng từng miếng cá vào bột, phủ đều. Chiên cho đến khi vàng nâu cả hai mặt. Ăn với nước sốt cao răng. Làm cho 6-8 phần ăn.

11. Rau củ chiên bột bia

Năng suất: 4 phần ăn

Nguyên liệu

- Dầu
- 1 phong bì hỗn hợp súp hành vàng
- 1 cái ly Bột mì đa dụng không tẩy trắng
- 1 muỗng cà phê bột nở
- 2 quả trứng lớn

- ½ cốc Bia, bất kỳ loại bia thông thường nào
- 1 muỗng canh mù tạt đã chuẩn bị

Trong nồi chiên ngập dầu, đun nóng dầu đến 375 độ F. Trong khi đó, trong một bát lớn, đánh hỗn hợp súp công thức hành tây vàng, bột mì, bột nở, trứng, mù tạt và bia cho đến khi mịn và trộn đều. Để bột đứng trong 10 phút. Nhúng Rau đề nghị 'n' Things vào bột, sau đó cẩn thận thả vào dầu nóng.

Chiên, quay một lần, cho đến khi vàng nâu; ráo nước trên khăn giấy. Phục vụ ấm áp.

12. Gà với bia Mexico

Năng suất: 1 phục vụ

Nguyên liệu

- $1\frac{1}{2}$ pound Thịt gà miếng
- 2 quả ớt xanh cắt lát mỏng
- 1 củ hành vừa cắt thành lát mỏng
- 1 tép tỏi băm nhỏ
- 1 quả cà chua xắt nhỏ
- 2 muỗng canh dầu
- 1 lon bia

- muối tiêu

Đun nóng dầu trong chảo. Rắc muối và hạt tiêu lên gà, cho vào dầu và chiên từng miếng gà ở mỗi bên cho đến khi vàng nhạt, vớt gà ra và để riêng. Trong cùng một loại dầu, xào hành tây, ớt xanh, cà chua và tỏi trong khoảng 2-5 phút. Cho gà và bia vào, đun sôi, giảm lửa và nấu cho đến khi gà chín và bia gần hết. Đừng để nó khô. Phục vụ với một món cơm phụ.

13. cá bơn bột bia

Năng suất: 1 phần ăn

Nguyên liệu

- vài cân cá bơn
- đủ dầu ăn để chiên ngập dầu
- 1 cái ly Bột mì
- một chai bia 12 ounce
- 1 muỗng canh ớt bột
- 1 1/2 muỗng cà phê muối

Đối với loại bột này, các loại bia sáng màu, chất lượng tốt là phù hợp nhất. Hương vị của bia đen quá mạnh.

Cắt cá bơn thành những miếng dày 1 inch. Đun nóng dầu trong nồi chiên ngập dầu đến 375 độ F. Làm bột bánh bằng cách kết hợp các nguyên liệu còn lại. Nhúng cá bơn vào bột và thả từng miếng vào dầu nóng. Nấu các miếng cá cho đến khi bột có màu vàng nâu ~ chỉ vài phút. Cá bơn dễ chín quá nên cố gắng đừng nấu quá chín. Vớt miếng cá ra khỏi dầu và để ráo trên khăn giấy; phục vụ đường ống nóng với đệm yêu thích của bạn.

14. Cá và khoai tây chiên trong bột bia

Năng suất: 1 phục vụ

Nguyên liệu

- 1½ cân Anh cá tuyết phi lê
- ⅓ cốc nước cốt chanh tươi
- ½ củ hành trắng lớn băm nhỏ
- muối để hương vị
- Hương vị hạt tiêu
- 6 phương tiện Những quả khoai tây

- Dầu thực vật

bột bia

- ½ chén bột mì

- 1 muỗng cà phê ớt bột

- ớt cayenne

- Giấm mạch nha (tùy chọn)

Cắt cá thành miếng vừa ăn & đặt vào tô phẳng. Rắc cá với nước cốt chanh, hành tây, muối và hạt tiêu cho vừa ăn, ướp trong 1 giờ. Rửa và gọt vỏ khoai tây; cắt thành dải và rửa sạch trong nước lạnh: để ráo nước. Chiên khoai tây trong dầu nóng đến 375 độ cho đến khi gần mềm; để ráo & trải trên khăn giấy. Rây bột mì, 1 muỗng cà phê. muối, hạt tiêu & cayenne để nếm vào đĩa phẳng; Nhúng cá vào bột mì. Nhúng cá vào bột bia & chiên cho đến khi vàng nâu và giòn.

15. nấm bột bia

Năng suất: 4 phần ăn

Nguyên liệu

- 24 mỗi Nấm
- 1 mỗi gói hỗn hợp bột
- 1 tách Bia

Rửa nấm và cắt bỏ cuống, nhưng không cắt bỏ hoàn toàn toàn bộ thân nấm.

Đun nóng dầu trong nồi chiên ngập dầu, chẳng hạn như "Fry-Daddy" hoặc chảo sâu lòng với lượng dầu đủ ngập

Trộn bột theo hướng dẫn trên bao bì, ngoại trừ sử dụng bia ở dạng lỏng thay vì nước hoặc sữa.

Chiên ngập dầu cho đến khi vàng nâu và để ráo trên khăn giấy.

16. Hầm bia khoai tây sò điệp

Năng suất: 8 phần ăn

Nguyên liệu

- 4 củ khoai tây Russet lớn có vỏ
- 1 chén Hành tây thái lát
- 1½ muỗng cà phê muối
- 1 muỗng cà phê muối tỏi
- 2 thìa cà phê ớt bột
- 2 muỗng canh bột mì đa dụng

- 2 muỗng cà phê Đường

- 4 muỗng canh Bơ thực vật

- 1 bảng Phô mai Thụy Sĩ, nạo

Gọt vỏ khoai tây và cắt thành lát $\frac{1}{8}$ inch. Xếp một đĩa thịt hầm đã phết bơ với $\frac{1}{4}$ số khoai tây trải đều trong đĩa. Rắc khoai tây với $\frac{1}{4}$ củ hành tây.

Kết hợp trong một bát nhỏ muối, muối tỏi, đường, ớt bột và bột mì. Trộn đều. Rắc đều $2\frac{1}{2}$ thìa cà phê hỗn hợp này lên lớp đầu tiên.

Chấm với 1 thìa bơ cắt miếng. Tiếp tục thủ tục cho 3 lớp nữa. Đổ bia lên soong và phủ phô mai bào lên trên. Nướng ở 350 trong 1 giờ.

17. Cơm rừng trong bia

Năng suất: 4 phần ăn

Nguyên liệu

- ½ cân Anh gạo hoang
- 1 lon Bia (12 oz.)
- 6 lát thịt xông khói
- 1 củ hành tây nhỏ, xắt nhỏ
- 1 lon Canh thịt bò
- 1 lon kem súp nấm

Ngâm gạo hoang dã trong bia qua đêm. Trong chảo chiên thịt xông khói. Loại bỏ thịt xông khói; bể nát ra. Xào hành tây trong 1 đến 2 muỗng canh mỡ thịt xông khói

Kết hợp gạo để ráo nước, nước dùng thịt bò, súp nấm, thịt xông khói vụn và hành tây xào. Đổ vào soong 2 lít bơ. Che phủ. Nướng ở lò nướng 350 độ trong một giờ. Phát hiện. Nướng trong 30 phút.

18. Cua lột bột bia

Năng suất: 6 phần ăn

Nguyên liệu

- 12   Ghẹ mềm
- 12 ounces Bia; ấm
- $1\frac{1}{4}$ cốc bột mì
- 2 muỗng cà phê muối
- 1 muỗng cà phê Ớt cựa gà
- $\frac{1}{2}$ thìa cà phê Bột nở

Đổ bia vào tô trộn; thêm bột sau đó phần còn lại của các thành phần. Trộn đều. Chuẩn bị bột ít nhất 1 tiếng rưỡi trước khi sử dụng vì nó sẽ đặc lại khi để lâu. Rắc nhẹ cua qua bột mì; nhúng riêng vào bột.

Chiên ngập dầu ở 360 độ trong 2-5 phút tùy kích cỡ. Cua phải có màu vàng nâu. Thoát nước và phục vụ.

19. D in n er bột gà dải

Năng suất: 1 phục vụ

Nguyên liệu

- 1 lon (12 ounce) bia
- 2 quả trứng
- 1½ cốc Bột mì
- 4 giọt Màu thực phẩm bóng trứng
- Sốt mù tạt mật ong
- 1 bảng thịt ức gà

- ¼ cốc mù tạt kiểu Dijon

- ¾ cốc Em yêu

- ¼ cốc mayonaise

Kết hợp bia, trứng và muối trong một cái bát. Khuấy bột, thêm bột nếu cần. Thêm màu thực phẩm.

Chuẩn bị nước chấm mù tạt mật ong.

Khi đã sẵn sàng để nấu, hãy làm nóng trước 1½ đến 2 inch dầu trong nồi sâu lòng hoặc nồi chiên ngập dầu đến 350 độ. Lấy bột ra khỏi tủ lạnh và khuấy đều.

Lăn các dải thịt gà trong bột, sau đó nhẹ nhàng đặt trong dầu bằng kẹp để các dải nổi lên.

20. Gà chiên bột bia

Năng suất: 6 phần ăn

Nguyên liệu

- 3 đến 3 1/2 - lbs. thịt gà
- 2 cốc bột
- 2 muỗng cà phê bột nở
- 1 muỗng cà phê Tarragon, chiên
- ¼ muỗng cà phê MỖI; muối và tiêu
- 1 quả trứng, đánh tan
- 1 lon bia 12 oz

Luộc gà trong nước muối nhẹ trong 25 phút.

Kiểm tra chảo để biết nhiệt độ chính xác với một khối bánh mì. Nó sẽ có màu nâu trong 60 giây. Trộn bột mì, bột nở, ngải giấm, muối và hạt tiêu. Thêm trứng đánh và bia. Khuấy cho đến khi độ đặc của kem. Nhúng gà vào bột từng miếng một. Để bột thừa ráo nước.

Nấu gà từ 5 đến 7 phút, lật một lần cho đến khi có màu nâu đẹp mắt. Xả và giữ ấm.

21. Sườn heo sốt teriyaki bia

Năng suất: 6 phần ăn

Nguyên liệu

- ⅔ chén nước tương
- ¼ cốc Mirin
- Hoặc sherry ngọt ngào
- ¼ chén giấm táo
- ⅓ cốc Đường
- 2 muỗng canh củ gừng tươi

- ⅔ cốc Bia (không đen)
- 6 inch
- sườn lợn

Trong một cái chảo, kết hợp nước tương, mirin, giấm, đường, gừng và bia, đun nhỏ lửa hỗn hợp cho đến khi giảm còn khoảng 1 ⅓ cốc .

Trong một đĩa nướng cạn đủ lớn để xếp các miếng sườn heo thành một lớp, trộn sườn heo và nước xốt, lật miếng sườn để chúng ngấm kỹ và để sườn ướp .

Nướng sườn lợn trên giá đã bôi dầu khoảng 4 inch đặt trên than hồng rực, phết nước xốt lên chúng .

22. Sườn cừu sốt mù tạt

Năng suất: 4 phần ăn

Nguyên liệu

- 8 miếng sườn cừu mỗi miếng khoảng 3 ounce
- 2 tép tỏi, bóc vỏ và cắt làm đôi
- 1 muỗng cà phê Dầu thực vật
- Muối và hạt tiêu cho vừa ăn
- 1 cái ly Canh thịt bò
- 1 Chai (12 oz) bia
- 1 muỗng canh mật mía

- 1½ muỗng canh Mù tạt hạt

- 1 muỗng cà phê Bột ngô

Chà miếng sườn cừu với một trong hai nửa củ tỏi, sau đó phết nhẹ lên miếng sườn bằng dầu và nêm muối và tiêu.

Thêm thịt cừu vào chảo

Trong khi đó, đổ nước luộc thịt bò và 1 cốc bia vào chảo; khuấy trong mật đường và tỏi còn lại. Đun sôi.

Trong một bát nhỏ, kết hợp bột ngô và bia còn lại. Thêm vào nước sốt trong chảo và đánh cho đến khi hơi đặc lại. Kết hợp

23. Mực tẩm bia

Năng suất: 4 phần ăn

Nguyên liệu

- 2½ cân Anh Mực ống
- 1½ chén bột lúa mạch đen
- 1 muỗng canh dầu đậu phộng
- Muối và hạt tiêu cho vừa ăn
- 12 ounces Bia

- 5 Lòng trắng trứng, đánh bông cứng nhưng không khô

- 4 cốc Dầu thực vật

- 2 bó mùi tây xoăn

Trong một bát trộn, kết hợp bột mì, 1 muỗng canh. dầu đậu phộng, muối và hạt tiêu và đánh đều. Khuấy bia từng chút một. Cẩn thận gấp trong lòng trắng trứng. Đun nóng dầu trong nồi chiên ngập dầu đến 375 F. Nhúng các khoanh mực có xúc tu vào bột và chiên ngập dầu trong 2 phút rưỡi. Xả trên khăn giấy. Giữ ấm. Làm khô rau mùi tây thật kỹ và đặt vào chất béo sâu trong 20 giây. Xả trên khăn tắm.

Xếp khoanh mực lên đĩa lớn và rắc mùi tây lên trên.

24. Bò kho bia trong nồi sành

Năng suất: 6 phần ăn

Thành phần:

- 3 cân Thịt nạc bò hầm cắt miếng
- 1 muỗng cà phê Muối
- ½ thìa cà phê Hạt tiêu
- 2 củ hành vừa, thái lát mỏng
- 1 lon nấm 8 oz
- 1 lon bia 12 oz
- 1 muỗng canh giấm

- 2 khối nước dùng thịt bò

- 2 muỗng cà phê đường

- 2 tép tỏi, băm nhỏ

- 1 muỗng cà phê húng tây

- 2 lá nguyệt quế

Cho thịt bò vào nồi sành. Kết hợp tất cả các thành phần khác và đổ lên thịt bò. Nấu ở nhiệt độ thấp trong 8-10 giờ hoặc nhiệt độ cao trong 4-5 giờ. Trước khi phục vụ làm đặc nước trái cây nếu muốn. Joyce nói rằng cô ấy sử dụng một ít bột mì hoặc tinh bột ngô để làm việc này.

25. tôm nướng bia

Năng suất: 1 phần ăn

Nguyên liệu

- ¾ cốc Bia
- 3 muỗng canh Dầu
- 2 muỗng canh Mùi tây
- 4 muỗng cà phê nước sốt Worrouershire
- 1 tép tỏi, muối và hạt tiêu băm nhỏ
- 2 cân Tôm lớn, trong vỏ

Kết hợp bia, dầu, rau mùi tây, sốt Worrouershire, tỏi, muối và hạt tiêu. Thêm tôm, khuấy và đậy nắp. Ướp trong 60 phút.

Để ráo nước, ướp gia vị

Đặt tôm lên giá gà thịt đã được bôi mỡ; nướng trong 4 phút, cách ngọn lửa 4-5 inch. Xoay và chải; nướng thêm 2-4 phút hoặc cho đến khi có màu hồng sáng.

26. bia ớt

Năng suất: 1 phục vụ

Nguyên liệu

- 1 bảng Bò hoặc combo bò/heo
- ¼ chén ớt bột
- 2 muỗng cà phê thì là
- 1 muỗng cà phê bột tỏi
- 1 muỗng cà phê Rau kinh giới
- 1 muỗng cà phê Cayenne hoặc nếm thử
- 1 lon (8-oz) sốt cà chua

- 1 lon bia

- ½ củ hành tây; thái hạt lựu

Nấu hành tây trong một ít dầu cho đến khi chuyển sang màu trong ở lửa vừa, cho thịt vào và vặn lửa lớn và chuyển sang màu nâu trong khoảng hai phút, hạ lửa xuống mức trung bình và cho tất cả các loại gia vị vào cùng một lúc và đảo đều để dậy mùi của các loại gia vị khô, bây giờ thêm nước sốt cà chua và nấu trong vài phút để làm nổi hương vị của nước sốt cà chua bằng cách nấu trong vài phút.

Bây giờ thêm bia, đun sôi và để nhỏ lửa trong khoảng 1 giờ hoặc hơn.

27. Xúc xích bia

Năng suất: 10 pound

Nguyên liệu

- 3 cân ức bò muối, cắt khối
- 7 cân Thịt nguội, cắt khối, bao gồm chất béo
- 1½ muỗng canh tiêu đen
- 1 muỗng canh chùy đất
- 1½ muỗng canh Hạt mù tạt nghiền
- 2 muỗng cà phê Tỏi, băm nhuyễn

- Vỏ thịt bò lớn 4 feet

Bắt đầu hút thuốc ở nhiệt độ khoảng 80 độ và tăng dần nhiệt độ lên 160 độ. Quá trình này sẽ mất khoảng 4 giờ. Hút thêm 2 giờ nữa.

Làm nguội bằng cách nhúng vào một chậu nước mát (không lạnh) trong khoảng 5 phút cho đến khi sờ vào thấy mát. Làm khô salami kỹ lưỡng và bảo quản trong tủ lạnh.

28. Xúc xích Ba Lan luộc bia

Năng suất: 4 phần ăn

Nguyên liệu

- 12 ounce Bia
- 1 Xúc xích Kielbasa, 1 1/4 lbs.
- 1 Dầu thực vật
- 1 Nước cốt của 1 quả chanh

Làm nóng lò nướng trước. Đặt bia vào chảo đủ lớn để chứa xúc xích. Đun sôi; giảm nhiệt. Châm xúc xích và nhẹ nhàng chần qua bia trong 4 phút mỗi mặt. Làm khô hạn.

Nếu sử dụng khoai tây chiên hoặc miếng đã ngâm sẵn hoặc các hương liệu khác, hãy rắc chúng lên than hoặc đá nóng của bếp nướng gas. Chải nhẹ vỉ nướng bằng dầu. Chải xúc xích nhẹ với dầu.

Nướng trên lửa vừa trong 5 phút mỗi mặt. Phục vụ: đổ xúc xích xuống giữa hoặc cắt thành miếng dày. Rắc nước cốt chanh trước khi ăn.

29. cơm bia

Năng suất: 6 phần ăn

Nguyên liệu

- ½ chén hành tây xắt nhỏ
- ½ chén ớt xanh; băm nhỏ
- ½ chén bơ; tan chảy
- 2 khối nước súp gà
- 2 chén nước sôi
- 1 cái ly Cơm; chưa nấu chín

- $\frac{3}{4}$ cốc Bia
- $\frac{1}{2}$ thìa cà phê Muối
- $\frac{1}{4}$ thìa cà phê Hạt tiêu
- $\frac{1}{4}$ thìa cà phê xạ hương đất

Xào hành tây và tiêu xanh trong bơ cho đến khi mềm

Hòa tan nước dùng trong nước sôi; thêm vào hỗn hợp hành tây và ớt xanh.

Cho bia và gia vị vào khuấy đều. Đậy nắp và đun trên lửa nhỏ trong 30 đến 40 phút hoặc cho đến khi tất cả chất lỏng được hấp thụ.

30. Salad khoai tây bia

Năng suất: 8 phần ăn

Nguyên liệu

- 3 cân Những quả khoai tây
- 2 chén cần tây thái hạt lựu
- 1 củ hành tây nhỏ, xắt nhỏ
- Muối
- 1 cái ly mayonaise
- 2 muỗng canh mù tạt đã chuẩn bị
- ¼ muỗng cà phê sốt tiêu cay

- ½ cốc bia

- 2 muỗng canh Rau mùi tây băm nhỏ

Bia được thêm vào nước xốt khiến món salad khoai tây này trở nên nổi bật.

Nấu khoai tây trong da cho đến khi mềm. Khi nguội, gọt vỏ và thái hạt lựu. Thêm cần tây và hành tây và nêm nếm với muối. Trộn sốt mayonnaise với sốt mù tạt và ớt cay. Dần dần khuấy trong bia. Thêm mùi tây.

Đổ hỗn hợp khoai tây lên trên. Trộn nhẹ bằng nĩa. Sự ớn lạnh.

31. Cơm bò ăn kèm cơm rừng

Năng suất: 8 phần ăn

Nguyên liệu

- $2\frac{1}{2}$ cân Anh ức bò tươi
- 1 muỗng cà phê muối
- $\frac{1}{4}$ muỗng cà phê bột tỏi
- 1 Chai (12 oz) Bia
- 2 trung bình. Cà chua chín, thái lát
- $\frac{1}{2}$ chén hành tây thái hạt lựu
- 1 muỗng cà phê Hạt tiêu

- 1 Chai (12 Oz) Tương Ớt

- Gạo hoang dã Amandine

- Nhánh mùi tây

Đặt ức bò, mặt mỡ xuống dưới, trong chảo rang sâu lòng. Rắc ức với hành tây, muối, hạt tiêu và bột tỏi. Đổ tương ớt lên ức. Đậy kín nắp và nấu trong lò nướng chậm (325 độ F.) trong 3 giờ. Đổ bia lên ức.

Đặt ức lên đĩa lớn và bao quanh với Wild Rice Amandine. Trang trí với cà chua thái lát và rau mùi tây. Cắt miếng thịt ức thật mỏng và dùng với nước nấu nóng.

32. Vịt nướng bia

Năng suất: 4 phần ăn

Nguyên liệu

- 1¾ muỗng canh Muối
- ¼ thìa cà phê hạt tiêu Tứ Xuyên
- bảng Anh Vịt
- 1 lon Bia; bất kỳ loại nào, 12-oz

Kết hợp muối và hạt tiêu trong một cái chảo nhỏ và nướng trên lửa nhỏ trong khoảng 5 phút hoặc cho đến khi muối hơi chuyển sang màu nâu và hạt tiêu bốc khói nhẹ. Khuấy.

Để vịt treo trong 6-8 giờ hoặc cho đến khi da khô. Lót một chiếc chảo rang bằng giấy bạc để phản xạ nhiệt. Đặt ức vịt úp xuống và đổ từ từ ⅓ bia lên trên khi bạn chà xát vào da. Lật vịt lại, đổ và xoa phần bia còn lại lên ức, đùi, chân và cánh.

Nướng trong 1 tiếng rưỡi ở 400 độ, sau đó 30 phút ở 425 độ và cuối cùng là 30 phút nữa ở 450 độ.

33. Thịt viên sốt bia

Năng suất: 6 phần ăn

Nguyên liệu

- 1,00 trứng; bị đánh
- 1 Có thể Phô mai cheddar cô đặc
- 1 tách vụn bánh mì mềm
- ¼ muỗng cà phê muối
- 1 bảng Thịt bò xay hoặc thịt băm
- 1 trung bình củ hành; thái lát mỏng
- ½ cốc bia

- ½ thìa cà phê Rau kinh giới; sấy khô, nghiền nát
- dấu gạch ngang Hạt tiêu
- Mì hoặc cơm nấu chín

Trong một bát nhỏ, kết hợp trứng và ¼ chén súp. Khuấy vụn bánh mì.

Xếp hành tây đã tách thành khoanh vào đĩa nướng 12x7,5x2". Đậy nắp

Kết hợp súp, bia, oregano và hạt tiêu còn lại. Đổ hỗn hợp súp lên trên hỗn hợp. Nướng.

34. Mỳ ống tóc thiên thần tôm bia

Năng suất: 1 phục vụ

Nguyên liệu

- 1 bảng tôm bóc vỏ & rút chỉ
- 1 chai (12 oz.) bia nhẹ
- 1 cái ly hành tây thái dọc
- 1½ muỗng cà phê vỏ chanh nạo
- ½ muỗng cà phê muối
- ¼ muỗng cà phê Tiêu đen
- 1 tép tỏi, băm nhỏ

- 2 muỗng canh dầu ô liu nguyên chất
- 2 thìa nước cốt chanh
- 4 chén mì ống tóc thiên thần nấu chín nóng
- rau mùi tây tươi băm nhỏ

Đun sôi bia trong lò kiểu Hà Lan, ở nhiệt độ cao. Thêm tôm; Đậy nắp và nấu trong 2 phút. Loại bỏ tôm bằng thìa có rãnh; đặt sang một bên và giữ ấm. Thêm hành tây và năm thành phần tiếp theo vào chảo; đun sôi.

Nấu, không đậy nắp, 4 phút

Loại bỏ nhiệt; dần dần thêm dầu và nước cốt chanh, khuấy liên tục bằng máy đánh trứng. Thêm mì ống; quăng tốt.

35. cá bia Đức

Năng suất: 1 phần ăn

Nguyên liệu

- 1 con cá trắm nguyên con
- 2 muỗng canh Bơ
- 1 phương tiện Hành tây, xắt nhỏ
- 1 cọng cần tây, xắt nhỏ
- ½ thìa cà phê muối t & 6 Hạt tiêu
- 3 tép nguyên con
- 4 lát chanh

- 1 lá nguyệt quế
- 1 chai bia
- 6 củ gừng đập giập
- 1 muỗng canh Đường mùi tây tươi

Đun chảy bơ trong chảo. Thêm hành tây, cần tây, muối, hạt tiêu và đinh hương và trộn. Trên cùng với lát chanh và lá nguyệt quế. Đặt cá lên trên. Thêm bia. Đậy vung đun nhỏ lửa 15-20 phút,

Cho gừng và đường vào chảo, khuấy trong $1\text{-}\frac{1}{2}$ cốc chất lỏng đã lọc.

Trang trí cá với mùi tây. Đổ nước sốt lên cá và khoai tây luộc như một món ăn phụ.

36. Tôm ngâm bia và bột nghệ

Năng suất: 1 phần ăn

Nguyên liệu

- 2 cân tôm chưa nấu chín
- 7 ounce Bột mì
- 1 nhúm muối biển/ớt bột
- 12 sợi nghệ tây; (ngâm trong nước nóng)
- 16 ounce chất lỏng bia
- Dầu ô liu để chiên ngập dầu

- 1 chanh và aioli

Tạo một lớp bột dày với rượu, gia vị và bột mì và để yên trong 30 phút. Nó phải có độ sệt của nước sốt trắng.

Lột vỏ tôm để lại đuôi và nhúng cá vào bột, rũ bỏ phần thừa và chiên ngập dầu trong 2 phút, để ráo trên giấy bếp.

Phục vụ với chanh nêm.

37. Súp bia quế

Năng suất: 4 phần ăn

Nguyên liệu

- 1½ muỗng canh (bột) bột
- 50 gam Bơ (3 1/2 muỗng canh)
- 1 lít bia
- 1 miếng quế nhỏ
- Đường để hương vị
- 2 lòng đỏ trứng

- $\frac{1}{8}$ lít Sữa (1/2 cốc cộng với 1/2 Tbsp)
- Bánh mì Pháp trắng nướng

Làm nâu bột trong bơ và sau đó thêm bia. Thêm quế và đường và đun sôi. Đánh đều lòng đỏ trứng và sữa rồi khuấy vào bia nóng (nhưng không sôi nữa). Lọc và phục vụ với những lát bánh mì nướng.

38. cá da trơn trong bia

Năng suất: 1 phần ăn

Nguyên liệu

- 3 muỗng canh Bơ hoặc bơ thực vật
- 5 tép tỏi, băm nhỏ
- 3 củ Hành lá, xắt nhỏ
- 2 miếng philê cá da trơn, loại lớn
- ⅓ chén bột mì
- 4 cái Nấm lớn, thái lát

- 3 lạng Bia, ánh sáng
- ½ mỗi quả chanh
- 1x nước sốt Worrouershire
- 1x Gạo trắng

Tỏi và hành tây thái nhỏ trong bơ, nóng hổi

Xay nhẹ bột cá trê, cho nấm vào chảo. Đổ bia vào và xử lý phi lê với nước cốt của nửa quả chanh. Thêm một vài giọt Worcestershire. Xào trên lửa vừa, trở, cho đến khi vàng nâu cả hai mặt

Dọn ra đĩa dùng nóng với cơm. Sử dụng chảo nước thịt trên cơm.

39. Bia lên mông gà

Năng suất: 1 phục vụ

Nguyên liệu

- gà nguyên con
- đồ gia vị
- Chà khô

Nhận một con gà. Chà với các loại gia vị yêu thích bao gồm ớt bột và muối

Lấy một lon bia 16oz. Uống khoảng $\frac{1}{2}$ cốc bia.

Cho gà vào lon. Đứng Gà nướng.

Hút ở nhiệt độ khoảng 275 hoặc hơn, cho đến khi dùi trống quay dễ dàng. Thông thường khoảng 5 hoặc 6 giờ

40. Cà rốt trong bia

Năng suất: 4 phần ăn

Nguyên liệu

- 4 củ Cà rốt; lớn
- 1 muỗng canh Bơ
- 1 cái ly Bia đen; bất kỳ thương hiệu
- ¼ muỗng cà phê muối
- 1 muỗng cà phê Đường

Gọt vỏ và thái cà rốt thành những lát mỏng, dài. Đun chảy bơ trong chảo cỡ vừa; thêm bia và cà rốt.

Nấu từ từ cho đến khi mềm, khuấy thường xuyên. Khuấy muối và đường. Nấu thêm 2 phút nữa và dùng nóng.

41. Burger bia nướng

Năng suất: 6 phần ăn

Nguyên liệu

- 2 cân Thịt bò xay
- dấu gạch ngang Hạt tiêu
- 1 muỗng cà phê sốt tiêu
- 1 tép tỏi, nghiền nát
- ⅓ cốc Tương ớt
- ½ gói hỗn hợp súp hành khô

- ½ cốc Bia

Làm nóng lò ở 400'F.

Trộn thịt, hạt tiêu, sốt Tabasco, tỏi, tương ớt, hỗn hợp súp hành khô và ¼ cốc bia. Định hình thành 6 miếng chả.

Nướng ở 400'F cho đến khi có màu nâu, khoảng 10 phút. Thưởng thức với ¼ cốc bia còn lại.

Tiếp tục nướng thêm 10-15 phút nữa, cho đến khi chín kỹ.

42. Bánh mì nướng bia

Năng suất: 3 phần ăn

Nguyên liệu

- 4 cân Bò nướng rút xương
- 1 chai catup nhỏ
- 1 lon Bia
- muối để hương vị
- Hương vị hạt tiêu
- tỏi để hương vị

Đặt món nướng trong một chiếc máy rang bằng thủy tinh hoặc tráng men. Rắc gia vị. Đổ bia và catup. Đậy nắp và đặt vào lò nướng 350 độ trong 1 giờ hoặc hơn, cho đến khi mềm.

Cắt lát mỏng trên một chiếc bánh sandwich còn ấm, rưới nước sốt lên thịt. Phục vụ ấm áp.

SÚP & Hâm HẤP

43. Súp kem bia

Năng suất: 4 phần ăn

Nguyên liệu

- 12 ounces Bia chai (1 đậm và 2 nhạt)
- 1 muỗng canh Đường
- ½ thìa cà phê tiêu sọ
- ¼ thìa cà phê Mỗi quế và muối
- ⅛ muỗng cà phê nhục đậu khấu

- 3 quả trứng, tách ra
- ½ cốc Kem béo

Đổ bia vào nồi, cho đường và gia vị vào khuấy đều, đun sôi. Đánh lòng đỏ trứng vào kem, thêm một ít bia nóng vào hỗn hợp, đánh đều và đổ lại hỗn hợp vào phần bia còn lại, đánh liên tục bằng máy đánh trứng ở nhiệt độ rất thấp để tránh bị vón cục. Làm lạnh cho đến khi lạnh.

Khi sẵn sàng phục vụ, đánh lòng trắng trứng cho đến khi cứng nhưng không khô và cho chúng vào súp.

44. Súp bia hành tỏi

Năng suất: 1 phần ăn

Nguyên liệu

- 4 cân Hành; (khoảng 10), thái lát
- 4 tép tỏi lớn ; băm nhỏ
- 2 muỗng canh Dầu ô liu
- MỘT (12-ounce) chai bia (không sẫm màu)
- $5\frac{1}{4}$ chén nước dùng thịt bò
- 2 muỗng canh Đường

- 2 muỗng canh Bơ không muối
- 4 lát   bánh mì lúa mạch đen; lớp vỏ bị loại bỏ
- Parmesan mới bào

Trong một ấm đun nước nặng, nấu hành tây và tỏi trong dầu trên lửa vừa phải, thỉnh thoảng khuấy cho đến khi hỗn hợp có màu nâu.

Khuấy bia và nước dùng; đun nhỏ lửa hỗn hợp, đậy nắp, trong 45 phút, cho đường, muối và hạt tiêu vào khuấy đều cho vừa ăn. Trong khi súp đang sôi, trong chảo nặng đun chảy bơ trên lửa vừa phải, thêm các khối bánh mì và nấu chúng, khuấy đều cho đến khi chúng có màu vàng.

Chia súp thành 6 bát và cho Parmesan và bánh mì nướng lên trên.

45. Súp bia Bacon 'n cheddar

Năng suất: 33 phần ăn

Nguyên liệu

- 6 ounce Dầu thực vật
- 1½ cân Anh Hành; băm nhỏ
- 1¼ cân Anh Những quả khoai tây; thái hạt lựu
- 1 bảng Cà rốt; thái hạt lựu
- 1 bảng Rau cần tây; cắt lát
- 1 lon Sốt phô mai Bacon 'n Cheddar
- 2 cốc bia

- 1 lít nước dùng gà

- 1¼ cân Anh rau trộn; Đông cứng

- ½ thìa cà phê Ớt cựa gà

- ½ thìa cà phê Tiêu sọ

- ¼ thìa cà phê Hương vị khói lỏng

- 2 muỗng canh Mùi tây; băm nhỏ

Đặt dầu thực vật vào một stockpot lớn. Thêm hành tây, khoai tây, cà rốt và cần tây; xào 25-30 phút hoặc cho đến khi rau chín.

Thêm các thành phần còn lại. Kết hợp kỹ lưỡng. Đun nhỏ lửa trong 20 phút trên lửa nhỏ, thỉnh thoảng khuấy. Phục vụ nóng.

46. Súp hành bia Bavarian

Năng suất: 6 phần ăn

Nguyên liệu

- 1 lá nguyệt quế

- ½ thìa cà phê Húng quế / cỏ xạ hương / oregano khô

- ½ thìa cà phê Hạt cây thì là

- ½ thìa cà phê nhục đậu khấu

- ¼ cốc hạt tiêu đen

- 5 củ Hành tây; thái lát dày 1/4"

- 1 muỗng cà phê Tỏi; nghiền
- 3 muỗng canh Bơ
- 1½ cốc Bia Pilsner
- ½ muỗng canh gia vị Maggi
- 4 muỗng canh

Cho lá nguyệt quế, húng quế, cỏ xạ hương, lá oregano, hạt thì là, nhục đậu khấu và hạt tiêu vào một miếng vải mỏng và buộc lại bằng dây.

Xào hành và tỏi trong bơ cho đến khi có màu nâu đậm

Chuyển sang một cái chảo và thêm nước và bia. Đun sôi. Thêm gói gia vị, Maggi Seasoning và thịt bò.

Đun nhỏ lửa trong 30 phút

47. bia hầm của Bi

Năng suất: 1 phục vụ

Nguyên liệu

- 3 cân Chuck nướng
- 1 chân giò xông khói
- ½ cốc Dầu
- 1 lớn củ hành; xắt lát mỏng
- 3 muỗng canh Bột mì
- Bia
- 1 cái ly Canh thịt bò
- ½ thìa cà phê Tiêu đen

- 2 thìa cà phê Đường
- 2 muỗng canh Mảnh mùi tây
- 1 nhúm kinh giới & 1 nhúm xạ hương
- 1 tép tỏi; thái nhỏ
- 4 củ cà rốt; cắt thành 1" miếng
- ¾ cốc Quả óc chó
- 2 muỗng canh giấm rượu vang đỏ
- 2 muỗng canh rượu whisky của Scotch

nâu và giăm bông trong dầu trong chảo lớn

Rây bột vào dầu để có màu nâu nhạt. Dần dần thêm thịt bò

Thêm các thành phần khác. Đậy nắp và nấu trong 2 tiếng rưỡi

48. Súp phô mai bia bông cải xanh

Năng suất: 10 phần ăn

Nguyên liệu

- 4 cốc nước
- 1 củ hành tây, nhỏ; băm nhỏ
- 1 bảng Bông cải xanh, tươi
- 1 ounce Nước dùng, thịt bò; hột
- $\frac{3}{4}$ cốc Bơ thực vật
- $1\frac{1}{2}$ cốc bột mì
- $\frac{1}{4}$ thìa cà phê Bột tỏi

- ¼ thìa cà phê hạt tiêu trắng
- Cayenne; nếm thử
- 2 cân Cheddar; hình khối
- 4 ly Sữa
- 2 lạng Bia

Đun sôi nước và hành tây trong một nồi súp lớn. Thêm gia vị và một nửa bông cải xanh. Đun sôi trở lại. Thêm cơ sở súp và nhiệt thấp hơn. Trong một cái chảo riêng, làm roux.

Khi roux đặc lại, từ từ khuấy vào súp, đánh bằng máy đánh trứng để tránh vón cục. Đun nóng sữa và phô mai dưới nhiệt độ sôi cho đến khi phô mai tan chảy, khuấy liên tục.

Trộn vào súp và thêm bông cải xanh còn lại. Ngay trước khi phục vụ, thêm bia. Trộn đều.

49. Súp bia bờ biển

Năng suất: 6 phần ăn

Nguyên liệu

- 1 cái ly Súp cà chua đặc
- 1 cái ly Chè đậu xanh cô đặc
- 12 ounces Bia Tây tuyệt vời
- ¼ thìa cà phê Muối tỏi
- 1 cái ly tôm nhỏ
- 1 cái ly Nửa rưỡi hoặc kem

Cho súp đặc vào nồi; khuấy trong bia. Thêm muối tỏi.

Đun sôi, khuấy cho đến khi mịn

Đun nhỏ lửa từ 3 đến 4 phút.

Ngay trước khi phục vụ, thêm tôm và một nửa rưỡi. Đun nóng đến nhiệt độ phục vụ; không đun sôi.

50. Biersuppe (súp bia) & súp bơ sữa

Năng suất: 1 công thức

Nguyên liệu

- 2 tách Sữa ngọt ngào
- 2 muỗng cà phê bột bắp
- ½ cốc Đường
- 3 lòng đỏ trứng
- 3 Lòng trắng trứng
- 2 cốc bia

Bỏng sữa. Trộn bột ngô và đường, thêm lòng đỏ trứng đã đánh bông và trộn kỹ trước khi khuấy từ từ vào sữa.

Trong một chảo riêng bỏng bia. Kết hợp với hỗn hợp sữa. Đối với lòng trắng đã đánh, thêm 1 muỗng canh đường và đổ từng muỗng canh lên trên súp.

BIA NHÀ LÀM

51. bia chuối

Năng suất: 35 ly

Nguyên liệu

- 5 quả chuối chín; nghiền nát
- 5 Quả cam; nước trái cây từ
- 5 trái chanh; nước trái cây từ
- 5 chén nước đường

Trộn đều và đông lạnh. Đổ đầy ⅓ ly lớn (hoặc nhiều hơn) hỗn hợp đông lạnh và thêm 7-Up, Sprite, Ginger ale, v.v.

52. Bia lúa mì Alcatraz

Năng suất: 1 phục vụ

Nguyên liệu

- 3 cân Chiết xuất lúa mì khô
- 2 cân mạch nha lúa mì
- 1 bảng mạch nha lúa mạch
- 1 bảng Chiết xuất mạch nha khô
- $2\frac{1}{2}$ ounce Mt. hoa bia
- Men bia lúa mì Wyeast

Làm men khởi động trước hai ngày. Nghiền ba pound mạch nha a la Miller. Đun sôi trong một giờ, thêm 1 ½ ounce hoa bia khi bắt đầu, ½ ounce sau 30 phút và ½ ounce sau 5 phút. Để nguội và ủ men.

Lên men. Cái chai. Tôi mồi một nửa mẻ (5 gal) với ⅓ cốc đường ngô và nửa còn lại với ½ cốc mật ong cỏ ba lá. Sau hai tuần, bia rất tuyệt. Tuy nhiên, bia được pha với mật ong lại có quá nhiều ga.

53. A & w gốc bia

Năng suất: 1 phục vụ

Nguyên liệu

- ¾ cốc Đường
- ¾ cốc Nước nóng
- 1 lít nước lọc lạnh
- ½ thìa cà phê bia gốc tập trung
- ⅛ muỗng cà phê bia gốc tập trung

Hòa tan đường trong nước nóng. Thêm phần cô đặc của bia gốc và để nguội.

Pha hỗn hợp root beer với nước lọc để nguội, uống ngay hoặc đậy nắp kín bảo quản trong tủ lạnh.

54. bia tỏi

Năng suất: 1 phục vụ

Nguyên liệu

- ½ cân Anh Chiết xuất mạch nha nhạt
- 4 củ tỏi lớn bóc vỏ và làm sạch
- 1 ounce hoa bia phương Bắc
- Rượu bia Luân Đôn

Tách và bóc vỏ tỏi từ bốn củ tỏi nguyên vẹn và rạch nhẹ bề mặt của tép tỏi để tăng diện tích bề mặt trong quá trình luộc.

Thêm chiết xuất, một nửa số tỏi và ½ ounce hoa bia. Tổng thời gian đun sôi 60 phút

Sau khi đun sôi, làm lạnh nước ép và lọc nước ép đã nguội vào thùng sơ cấp 6 ½ gallon. Sau ba ngày lên men mạnh mẽ trong 6½ gallon

55. bia thông thường California

Năng suất: 1 phục vụ

Nguyên liệu

- $3\frac{1}{8}$ cân Anh Ánh sáng đồng bằng Superbrau
- 3 cân Briess vàng DME
- $\frac{1}{2}$ cân Anh Mạch nha tinh thể - nghiền
- $\frac{1}{4}$ cân Anh lúa mạch mạch nha
- $1\frac{1}{2}$ ounce Hoa bia miền Bắc
- $\frac{1}{2}$ ounce hoa bia Cascade -- 5 phút trước

- 1 gói Wyeast 2112 hoặc 1 Amsterdam Lager
- 4 lạng đường mồi

Cho lúa mạch mạch nha lên khay nướng bánh quy ở nhiệt độ trên 350 độ trong 10 phút. Lấy ra và nghiền nhẹ bằng một cái cán. Cho các loại ngũ cốc đã nghiền vào túi vải muslin, cho vào 1 gal nước lạnh và đun sôi. Loại bỏ ngũ cốc. Tắt bếp, thêm xi-rô & DME & khuấy cho đến khi hòa tan.

Đặt lại nhiệt và thêm $1\frac{1}{2}$ ounce hoa bia phía bắc và đun sôi trong 30-45 phút. Thêm $\frac{1}{2}$ ounce hoa bia trong 5 phút đun sôi cuối cùng. Thêm vào 4 gallon nước lạnh.

56. Bia gốc sáu giờ

Năng suất: 1 phục vụ

Nguyên liệu

- 2 tách Đường
- 1 muỗng cà phê Men
- 2 muỗng canh Chiết xuất bia gốc

Cho nguyên liệu vào bình gallon với khoảng 1 lít nước rất ấm. Khuấy cho đến khi các thành phần được trộn đều.

Đổ đầy bình bằng nước ấm. Để yên trong sáu giờ (chỉ cần đặt nắp lên trên, không vặn). Sau sáu giờ, vặn nắp và cho vào tủ lạnh.

57. bia maerzen

Năng suất: 54 phần ăn

Nguyên liệu

- 4 cân mạch nha nhạt
- 3 cân Chiết xuất khô nhẹ
- ½ cân Anh Mạch nha tinh thể (40L)
- 2 lạng Mạch nha sô cô la
- ½ cân Anh mạch nha nướng
- ½ cân Anh Mạch nha München

- 2 lạng Dextrin mạch nha
- 2½ ounce Hoa bia Tettnanger (4,2 alpha)
- ½ ounce hoa bia Cascade (5,0 alpha)
- 3 thìa cà phê thạch cao
- Men bia khô Vierka

Chuẩn bị men khởi động 2 ngày trước

Thêm 8 lít nước sôi và đun nóng đến 154 độ. Đặt trong ít nhất 30 phút. Mang đến 170 độ trong 5 phút để nghiền ra. Sparge với 2 gallon nước. Thêm chiết xuất khô, đun sôi. Đun sôi 15 phút và thêm một ounce Tettnanger. Đun sôi một giờ. Thêm 1 ounce Tettnanger sau 30 phút. Thêm ½ ounce Tettnanger và ½ ounce Cascade sau 5 phút. Căng thẳng và làm lạnh.

58. Bia hơi

Năng suất: 1 phục vụ

Nguyên liệu

- 1 Peck cám lúa mì tốt
- 3 bước nhảy
- 2 lít mật đường
- 2 muỗng canh Men
- 10 gallon Nước

Cho cám và hoa bia vào nước, đun sôi cho đến khi cám và hoa bia chìm xuống đáy. Lọc qua vải mỏng cho vào ngăn mát.

Khi nước còn âm ấm thì cho mật đường vào. Ngay sau khi mật đường được hòa tan, đổ tất cả vào thùng 10 gallon và thêm men.

Khi quá trình lên men kết thúc, đóng thùng lại và dùng được sau 4-5 ngày.

59. bia nam việt quất

Năng suất: 1 phục vụ

Nguyên liệu

- 6 cân Mạch nha khô siêu nhẹ Trích xuất
- 1 bảng Mạch nha München
- 1 ounce Fuggles đun sôi
- 3 túi nam việt quất đông lạnh
- 1 ounce Fuggles khi kết thúc bước nhảy
- Men

Làm tan các loại quả mọng và trộn với một lượng nước vừa đủ để tạo ra hơn 2 lít nước sốt.

Trong khi đó, thực hiện quá trình ủ chiết xuất thông thường bằng cách sử dụng mạch nha Munich như một loại ngũ cốc đặc biệt.

Vào cuối giờ đun sôi, cho hoa bia vào và đổ chất lỏng nam việt quất vào trong một hoặc hai phút cuối cùng khi bạn tắt bếp.

Chai sau một tuần

60. Bia gừng thân mật

Năng suất: 1 phục vụ

Nguyên liệu

- 2 lạng Củ gừng, gọt vỏ và thái nhỏ
- 1 bảng đường hạt
- ½ ounce Axit Tartaric
- Nước cốt của 1 quả chanh
- 1 quả chanh, thái lát

Cho gừng, đường, axit tartaric và chanh vào một cái bát và đổ 1 gallon nước sôi vào. Khuấy cho đến khi đường tan hết.

Để khoảng ba hoặc bốn ngày, sau đó lọc và đổ chất lỏng vào chai đã khử trùng. Nó sẽ sẵn sàng và thực sự ngon để uống chỉ sau vài ngày và có thể được pha loãng khá vui vẻ với nước tĩnh hoặc nước có ga.

61. Máy làm mát bia cà chua

Năng suất: 6 phần ăn

Nguyên liệu

- $1\frac{1}{2}$ chén nước ép cà chua, ướp lạnh
- 2 lon (12 oz mỗi lon) bia

Trình bày:

- hành lá
- sốt ớt đỏ
- muối và tiêu

Trộn 1½ cốc nước ép cà chua, ướp lạnh và 2 lon (12 oz mỗi lon) bia, ướp lạnh. Đổ vào ly ướp lạnh. Dùng ngay với hành lá để đảo đều và nếu muốn có thể thêm sốt ớt đỏ, muối và tiêu.

COCKTAIL BIA

62. Bơ thực vật

Năng suất: 1 phục vụ

Nguyên liệu

- 6 ounce Lon nước chanh cô đặc đông lạnh
- 6 ounce Tequila
- 6 bia ounce

Kết hợp các thành phần trong máy xay sinh tố, thêm một vài viên đá và trộn nhanh. Cho phép đặt trong vài phút.

Đổ nội dung trên băng trong thủy tinh viền muối.

63. Chelada cổ điển

Thành phần

- Bia nhẹ Mexico 12 ounce

- 1 ounce (2 muỗng canh) nước cốt chanh

- 1 nhúm muối

- Đá, để phục vụ (thử đá trong)

- Đối với rim: 1 muỗng canh muối biển mịn và Old Bay

Hướng dẫn

Trên đĩa, trộn Old Bay và muối rồi phết thành một lớp đều. Cắt một rãnh trên miếng chanh, sau đó quét chanh quanh mép ly. Nhúng mép rim vào đĩa muối.

Cho nước cốt chanh và một chút muối vào ly bia. Đổ đầy ly bằng đá và rót bia vào. Khuấy nhẹ nhàng và phục vụ.

64. Michelada

Thành phần

- Bia nhẹ Mexico 12 ounce
- 1 ½ ounce (3 muỗng canh) nước cốt chanh
- ½ ounce (1 muỗng canh) nước sốt salsa
- 1 muỗng cà phê nước sốt Worrouershire
- 1 muỗng cà phê nước sốt nóng (như Cholula)
- Đá, để phục vụ

Hướng dẫn

Trên một cái đĩa, trộn Old Bay, bột ớt và muối cần tây và trải đều thành một lớp. Cắt một rãnh trên miếng chanh, sau đó quét chanh quanh mép ly. Nhúng mép rim vào đĩa gia vị.

Trong ly, khuấy đều nước cốt chanh, nước sốt salsa (dùng lưới lọc mịn để lọc nước sốt salsa ra khỏi một vài thìa salsa), sốt Worrouershire và sốt nóng.

Đổ đầy ly bằng đá. Đổ bia lên trên và khuấy nhẹ.

65. Nước nhung đen

Thành phần

- 3 ounce rượu sủi bọt, như rượu sâm banh hoặc Prosecco
- 3 ounce bia đen, như Guinness

Hướng dẫn

Rót rượu sủi bọt vào sáo hoặc highball.

Đổ bia đen vào. Khuấy bằng thìa nếu muốn hoặc để yên trong một phút hoặc lâu hơn để các hương vị kết hợp với nhau

Phục vụ ngay lập tức.

66. Shandy cổ điển

Thành phần

- 6 ounces bia nhạt hoặc bia lager
- 6 ounce bia gừng, bia gừng, soda chanh (Sprite) hoặc nước chanh có ga
- Để trang trí: chanh nêm (tùy chọn)
- Tùy chọn: 1 chút đắng thêm hương vị phức hợp

Hướng dẫn

Thêm bia và máy trộn vào ly và khuấy nhẹ để kết hợp. Trang trí với một lát chanh.

67. Bưởi Shandy

Thành phần

- 1 ounce xi-rô đơn giản
- 3 ounce nước ép bưởi
- 2 ounce nước soda
- 6 ounces bia lúa mì thủ công (hoặc bia nhẹ)
- Để trang trí: múi bưởi (tùy chọn)

Hướng dẫn

Trong một ly bia, khuấy xi-rô đơn giản và nước ép bưởi.

Thêm nước soda và bia và khuấy nhẹ để kết hợp. Trang trí với một múi bưởi và phục vụ.

68. Spritzer dưa chuột dâu tây

Thành phần:

- Máy phun sương Stella Artois 6oz
- 1 oz rượu gin
- 0,5 oz rượu mùi hoa cơm cháy
- 2 lát dưa chuột
- 2 quả dâu tây

Hướng:

Trong bình lắc cocktail, trộn kỹ các lát dưa chuột và dâu tây. Thêm rượu gin, rượu mùi hoa cơm cháy và lắc trên đá.

Lọc vào ly. Thêm Stella Artois Spritzer.

Trang trí với dưa chuột xiên và lát dâu tây.

69. bia garita

Thành phần:

- 1 oz. Tequila
- 1 oz. Kem Bưởi Tattersall
- 0,5 oz. Nước ép chanh
- 6 oz. Bia nhẹ

Hướng:

Kết hợp tất cả các thành phần trong một ly trên băng. Trang trí với một lát chanh.

Rim muối tùy chọn

70. Bacardi Lime Shot với bia

Thành phần:

- 12 phần Bia
- 1 phần chanh Bacardi

Hướng:

Rót bia vào ly. Rót rượu rum hương chanh BACARDÍ vào ly thủy tinh rồi rót vào bia.

71. trung thực

Thành phần:

- 12 oz. Người mẫu da đen
- 1 ½ oz. Casa Noble Reposado Tequila
- ½ oz. PIMM'S THE ORIGINAL No. 1 cái ly
- 1 oz. nước ép chanh
- 1 oz. Vanilla Syrup
- cay đắng 2 gạch ngang
- Lá bạc hà

Hướng:

Trộn tất cả các thành phần trong bình lắc với đá, trừ Modelo Negra và lá bạc hà.

Lắc và đổ đá. Đầu với **Modelo Negra**.

Phục vụ bia còn lại với cocktail. Trang trí với lá bạc hà.

72. Biamosa

Thành phần:

- Bia lúa mì 6 oz
- 2 oz rượu cava
- 2 oz nước ép bưởi tươi

Hướng:

Trộn bia và cava, thêm nước ép bưởi và trộn.

73. Ánh nắng mặt trời

Thành phần:

- 1 lon bia nhạt
- 1,5 oz. rượu bourbon
- Đá chanh lấp lánh
- chanh (trang trí)

Hướng:

Trong một ly thủy tinh, rót bia theo một góc để loại bỏ phần đầu. Thêm 1,5 oz. rượu bourbon. Top với chanh đá lấp lánh. Trang trí với một lát chanh.

74. Cinco

Thành phần:

- 12 oz. Người mẫu da đen
- 1 oz. reposado tequila pha jalapeno
- 1 oz. rượu mùi Chile
- 1 oz. nước chanh tươi
- ½ oz. Cây thùa
- muối ớt cay
- bánh xe vôi

Hướng:

Rót một ly cao lầu với muối ớt cay cay. Thêm rượu tequila, rượu mùi Chile, chanh tươi và cây thùa vào bình lắc.

Lắc và lọc qua đá tươi. Đầu tắt với bia. Phục vụ Modelo Negra còn lại với cocktail.

Trang trí với muối ớt cay và bánh chanh.

TRÁNG MIỆNG

75. Bia và dưa cải bắp

Năng suất: 10 phần ăn

Nguyên liệu

- ⅔ chén bơ
- 1½ cốc đường
- 3 quả trứng
- 1 muỗng cà phê vani

- ½ cốc ca cao
- 2¼ chén bột mì đã rây
- 1 muỗng cà phê Bột nở
- 1 muỗng cà phê soda
- 1 cốc bia
- ⅔ chén dưa bắp cải
- 1 cốc nho khô
- 1 chén hạt xắt nhỏ

Pha trộn mọi thứ.

Biến thành hai khuôn bánh có đường kính 8 hoặc 9 inch đã được bôi mỡ và bột mì. Nướng ở 350 trong 35 phút. Làm mát và sương giá như mong muốn.

76. bánh quy bia

Năng suất: 4 phần ăn

Nguyên liệu

- 2 chén bột mì chưa tẩy trắng
- 3 thìa cà phê bột nở
- 1 muỗng cà phê muối
- rút ngắn ¼ cốc
- ¾ cốc bia

Làm nóng lò ở 450 độ F. Rây các nguyên liệu khô lại với nhau. Cắt ngắn cho đến khi nó có độ sệt như bột ngô.

Khuấy bia, nhào nhẹ và cán mỏng đến độ dày $\frac{1}{2}$ inch. Nướng 10 - 12 phút hoặc cho đến khi vàng nâu.

77. Bánh bia gia vị

Năng suất: 12 phần ăn

Nguyên liệu

- 3 chén bột mì
- 2 muỗng cà phê baking soda
- ½ muỗng cà phê muối
- 1 muỗng cà phê quế
- ½ muỗng cà phê tiêu
- ½ muỗng cà phê đinh hương

- 2 chén đường nâu, đóng gói
- 2 quả trứng, đánh tan
- rút ngắn 1 cốc
- 1 cốc nho khô hoặc chà là xắt nhỏ
- 1 chén hồ đào / quả óc chó xắt nhỏ
- 2 cốc bia

Rây các thành phần khô lại với nhau. Đánh kem cùng với đường và bơ; thêm trứng.

Trộn trái cây và các loại hạt với 2 muỗng canh hỗn hợp bột. Thêm hỗn hợp bột xen kẽ với bia. Khuấy trái cây và các loại hạt.

Đổ vào chảo ống 10 inch đã bôi mỡ và rắc bột và nướng ở nhiệt độ 350F trong 1 giờ hoặc cho đến khi hoàn thành các thử nghiệm trên bánh.

78. Súp bia phô mai với bỏng ngô

Năng suất: 7 phần ăn

Nguyên liệu

- ¼ cốc Bơ thực vật
- 1 cái ly củ hành; băm nhỏ
- ½ cốc Rau cần tây; băm nhỏ
- ½ cốc cà rốt; băm nhỏ
- ¼ cốc Rau mùi tây sạch; băm nhỏ
- 2 tép tỏi; băm nhỏ

- ¼ chén bột mì
- 3 muỗng cà phê mù tạt khô
- Hương vị hạt tiêu
- 2 cốc rưỡi
- 1 cái ly Canh gà
- 2½ chén phô mai Mỹ
- 12 ounces Bia
- 2 chén bỏng ngô; bật ra

Làm tan chảy bơ thực vật trong một cái chảo lớn hoặc lò nướng kiểu Hà Lan trên lửa vừa. Thêm mọi thứ

Nấu không đậy nắp trên lửa vừa trong 10-15 phút hoặc cho đến khi súp đặc lại và đun nóng kỹ

79. Táo nhồi nướng trong bia

Năng suất: 6 phần ăn

Nguyên liệu

- 6 phương tiện táo nấu ăn
- ½ cốc nho khô
- ½ chén đường nâu đóng hộp
- 1 muỗng cà phê quế
- 1 cốc bia Great Western

lõi táo

Loại bỏ dải vỏ 1 inch xung quanh đầu.

Trộn nho khô, đường nâu và quế. Điền vào trung tâm táo

Đặt táo vào một món nướng. Rót bia Great Western lên.

Nướng ở nhiệt độ 350 độ F trong 40 đến 45 phút hoặc cho đến khi mềm, thỉnh thoảng phết.

80. Bánh pho mát Cheddar & bia

Năng suất: 16 phần ăn

Nguyên liệu

- 1¼ cốc vụn bánh quy gingersnap
- 1 chén Cộng với 2 muỗng canh đường, chia
- 1 muỗng cà phê gừng xay
- ¼ cốc Bơ hoặc bơ thực vật không muối,
- 24 ounce kem phô mai
- 1 cái ly Phô mai Cheddar bào nhỏ
- 5 quả trứng lớn   , ở nhiệt độ phòng

- ¼ cốc bia không cồn

- ¼ cốc kem béo

Kết hợp vụn bánh quy, 2 muỗng canh đường, gừng và bơ. Nhấn mạnh vào đáy chảo đã chuẩn bị. Làm lạnh trong khi làm đầy.

B ăn cả 2 loại phomai cho mịn. Thêm đường, trứng, từng thứ một, đánh cho đến khi từng thứ kết hợp với nhau. Ở tốc độ thấp, cho bia và kem nặng vào đánh. Đổ vào chảo đã chuẩn bị.

Nướng trong 1 tiếng rưỡi hoặc cho đến khi phần giữa se lại và mặt trên có màu vàng nhẹ nhưng không chuyển sang màu nâu.

81. bia trái cây của Anh

Năng suất: 1 phục vụ

Nguyên liệu

- 3 ⅓ cân Mạch nha màu hổ phách
- 2 cân M&F bia hổ phách
- 1 bảng Vỏ mạch nha, nghiền nát
- 2 lạng Hoa bia miền Bắc
- 1 ounce hoa bia Fuggles

- 4 cân Quả việt quất, quả mâm xôi hoặc

- 1 gói men bia EDME

- 4 ounce Đường mồi

Cho các loại ngũ cốc đã nghiền vào túi muslin và cho vào 1 gal nước lạnh. Đun sôi, loại bỏ hạt.

Bắc nồi ra khỏi bếp và thêm xi-rô & DME. Khuấy cho đến khi hòa tan. Đun nóng lại nồi và thêm 2 oz hoa bia miền bắc. Đun sôi trong 30-45 phút. Thêm hoa bia trong 5 phút đun sôi cuối cùng. Thêm trái cây vào nước ép khi quá trình đun sôi kết thúc.

Ngâm trong $\frac{1}{2}$ giờ và thêm 4 gal nước lạnh.

82. Bánh mì bia cơ bản

Năng suất: 1 phục vụ

Nguyên liệu

- 3 chén Bột mì
- 3¾ thìa cà phê Bột nở
- 2¼ thìa cà phê Muối
- 1 lon Bia
- 1 muỗng canh Em yêu

Chảo mỡ. Trộn bột mì, bột nở, muối, bia và mật ong trong một bát lớn, khuấy đều cho đến khi trộn đều.

Nướng trong lò 350 F đã làm nóng trước trong 45 phút. Bật giá đỡ và để nguội.

83. Bánh muffin bia phô mai

Năng suất: 6 phần ăn

Nguyên liệu

- 1 cái ly Bột mì đa dụng
- ¾ cốc Phô mai Cheddar ít béo
- 4 muỗng cà phê Đường
- 1¼ muỗng cà phê bột nở
- ¼ thìa cà phê bột nở
- ¼ muỗng cà phê muối
- ⅔ cốc Bia

- 1 quả trứng, đánh tan

Làm nóng lò nướng đến 375F

Xịt 6 cốc muffin bằng bình xịt chống dính.

Nhẹ thìa bột vào cốc đo lường; chừng lại. Trong một bát med, kết hợp bột mì, pho mát, đường, bột nở, muối nở và muối; trộn đều. Thêm bia và trứng; chỉ khuấy cho đến khi nguyên liệu khô được làm ẩm. Chia đều bột vào các cốc muffin có phun sương, đổ đầy khoảng $\frac{3}{4}$ mỗi cốc.

Nướng ở nhiệt độ 375F trong 17 - 22 phút hoặc cho đến khi có màu vàng nâu và tăm cắm vào giữa thấy tăm sạch. Thưởng thức khi còn nóng hoặc ở nhiệt độ phòng.

84. Bánh mì bia thì là

Năng suất: 12 phần ăn

Nguyên liệu

- 3 chén bột mì
- 1 muỗng canh Đường
- 1½ muỗng canh Bột nở
- ¼ thìa cà phê Muối
- 12 ounces Bia
- 3 muỗng canh Thì là tươi

Làm nóng lò ở 375 độ. Bơ một ổ bánh mì, hoặc xịt bằng dầu thực vật. Rây bột mì, đường, bột nở và muối vào tô trộn. Khuấy bia và thì là. Cạo bột vào khuôn ổ bánh mì đã chuẩn bị sẵn và nướng ở giữa lò trong 55 đến 60 phút, hoặc cho đến khi mặt trên có màu nâu và một con dao luồn vào giữa sẽ sạch.

Để yên trong chảo trong 10 phút, sau đó để nguội trên giá.

ĐỒ ĂN NHẸ

85. Hạt đậu

Năng suất: 1 phục vụ

Nguyên liệu

- 2 chén đậu phộng sống (còn vỏ)
- 1 cái ly ĐƯỜNG
- ½ cốc NƯỚC
- Vài giọt màu thực phẩm ĐỎ

Trộn - Nấu trong chảo nặng trên lửa vừa cho đến khi cạn nước (khoảng 10-15 phút) Trải trên khay nướng Nướng 1 giờ ở 250

86. Măng tây chiên bột bia

Năng suất: 1 phục vụ

Nguyên liệu

- 1 đến 2 pound măng tây
- 1 chén bột mì
- 1 lon bia
- Muối và tiêu
- Bột tỏi
- Muối tinh

- Gia vị Ý, để hương vị

- Dầu ô liu

Trộn hoa và gia vị với nhau. Thêm bia vào hỗn hợp nguyên liệu xào từ từ cho đến khi đủ đặc để bám vào măng tây. Cắt măng tây thành miếng 2 inch hoặc để nguyên.

Chiên ngập trong 2 inch dầu ô liu cho đến khi vàng nâu, lật một lần

87. Bánh cookie màu cam

Năng suất: 1 phục vụ

Nguyên liệu

- $2\frac{1}{4}$ cốc bột mì
- 1 muỗng canh bột nở
- $\frac{1}{4}$ muỗng cà phê muối
- $\frac{3}{4}$ chén bơ
- $\frac{1}{2}$ chén đường
- 1 quả trứng
- 2 muỗng cà phê vỏ cam nạo

- ½ muỗng cà phê chiết xuất hạnh nhân

Kết hợp bột mì, bột nở và muối; để qua một bên.

Đánh bông bơ và đường cho bông xốp, đánh trứng, vỏ cam và chiết xuất hạnh nhân

Thêm nguyên liệu khô và đánh cho đến khi kết hợp.

Đừng làm lạnh bột.

Gói bột vào máy ép cookie. Buộc bột qua máy ép lên một tấm nướng không bôi trơn. Nếu muốn trang trí với đường màu hoặc kẹo.

Nướng ở 400~ trong 6-8 phút. Di chuyển đến giá đỡ dây để làm mát.

88. bánh nướng bia

Năng suất: 4 phần ăn

Nguyên liệu

- $1\frac{3}{4}$ chén bột mì đa dụng
- $1\frac{1}{2}$ muỗng cà phê bột nở
- $\frac{1}{2}$ muỗng cà phê baking soda
- $\frac{1}{2}$ muỗng cà phê muối
- 1 chén đường nâu đóng gói
- $\frac{1}{2}$ cốc bia
- 1 quả trứng

- 3 muỗng canh Dầu
- 1 muỗng canh mật mía
- 1 chai bia
- 1 muỗng canh Bơ (tùy chọn)

Trộn nguyên liệu khô. Đánh trứng với dầu và mật mía. Thêm vào nguyên liệu khô cùng với bia.

Thìa bột lên vỉ nướng nóng và rất nhẹ

Trải bằng thìa có đường kính từ $3\frac{1}{2}$ đến 4 inch. Nấu cho đến khi chín vàng, quay một lần.

Đối với xi-rô, kết hợp các thành phần trong nồi và đun sôi trong vài phút.

89. Khói trong bia và mật ong

Năng suất: 6 phần ăn

Nguyên liệu

- 1 bảng Liên kết khói thu nhỏ
- 12 ounce bia
- ½ cốc mật ong

Khói nâu trong chảo đủ lớn để chứa tất cả nguyên liệu

Đổ bia và mật ong lên khói và đun sôi. Giảm nhiệt và đậy nắp.

Đun nhỏ lửa trong 15 phút. Chuyển sang một món ăn phục vụ và đứng ra khỏi đường đi.

90. Vòng hành tây bột bia

Năng suất: 2 phần ăn

Nguyên liệu

- 1 ⅓ chén bột mì đa dụng
- 1 thìa muối
- ¼ muỗng cà phê tiêu
- 1 muỗng canh dầu
- 2 lòng đỏ trứng
- ¾ cốc bia
- 2 củ hành trắng thái lát dày 1/4-in

- Dầu để chiên ngập dầu

Trộn bột mì, muối, hạt tiêu, dầu và lòng đỏ với nhau. Dần dần đánh trong bia. Làm lạnh bột trong 3 tiếng rưỡi để nghỉ ngơi trước khi sử dụng.

Cắt hành tây, và nhúng chúng vào bột. Chiên trong dầu 375F cho đến khi vàng nâu. Bột này cũng có tác dụng tốt với các loại rau khác ngoài hành tây chiên - và nó cũng rất tuyệt với cá.

CHẤM, RÁO & GIA VỊ

91. Sốt phô mai & bia

Năng suất: 1 phục vụ

Nguyên liệu

- 1 tách phô mai; sữa đông nhỏ
- 3 kem phô mai
- $2\frac{1}{4}$ ounce giăm bông
- $\frac{1}{4}$ cốc Bia; Điểm chí Glarus mới
- $\frac{1}{2}$ thìa cà phê Nước sốt cay
- 1 muối tiêu

- Mùi tây; Đối với Trang trí

Cho tất cả các nguyên liệu trừ mùi tây vào một bát trộn và đánh cho đến khi mịn. Cho ra bát và trang trí với mùi tây

92. Bột bia Tempura

Năng suất: 1 phục vụ

Nguyên liệu

- $1\frac{1}{4}$ cốc bột mì
- 1 muỗng cà phê Muối
- 1 muỗng cà phê tiêu đen xay mịn
- $\frac{1}{2}$ thìa cà phê Cayenne
- 1 bia nhẹ 12 ounce; lạnh lẽo
- dầu thực vật để chiên ngập dầu; (360 độ. F.)

Đánh nhanh; đừng trộn quá nhiều! Để lại cục và sử dụng bột ngay lập tức.

93. nước sốt thịt nướng Đức

Năng suất: 12 phần ăn

Nguyên liệu

- 2 Chai (14-oz) catup
- 1 chai (12-oz) tương ớt
- ½ cốc mù tạt đã chuẩn bị
- 1 muỗng cà phê Mù tạt khô
- 1 muỗng cà phê Muối
- 1½ cốc đường nâu; đóng gói chắc chắn

- 2 muỗng canh Tiêu đen
- 1 chai (5-oz) nước sốt bít tết
- ½ cốc nước sốt Worrouershire
- 1 muỗng canh nước tương
- 1 Chai (12-oz) bia
- 2 muỗng cà phê tỏi băm

Kết hợp tất cả các thành phần, trừ tỏi, trong một cái chảo và đun nhỏ lửa trong 30 phút trên lửa vừa. Thêm tỏi băm trước khi sử dụng.

Nướng thịt trong 15 phút cuối cùng của thời gian nướng.

94. Lau bia cơ bản

Năng suất: 3 phần ăn

Nguyên liệu

- 12 ounces Bia
- ½ cốc giấm táo
- ½ cốc Nước
- ¼ cốc Dầu canola
- ½ vừa Hành tây , xắt nhỏ
- 2 tép tỏi , băm nhỏ

- 1 muỗng canh sốt Worrouershire

- 1 muỗng canh chà khô

Kết hợp tất cả các thành phần trong một cái chảo. Làm nóng cây lau nhà và sử dụng nó khi còn ấm.

95. Bột bia cho cá

Năng suất: 6 phần ăn

Nguyên liệu

- 1 cái ly Bột mì đa dụng
- ¾ muỗng cà phê Bột nở
- ½ thìa cà phê Muối
- ½ cốc Nước
- ½ cốc bia
- mỗi người 1 quả trứng
- Dầu thực vật để chiên sâu

- 2 cân Phi lê cá

Một trong những công thức nấu ăn bột tốt nhất đi

Trong một cái bát, khuấy đều bột mì, bột nở và muối. Làm một cái giếng ở trung tâm; đổ nước, bia và trứng vào, đánh đều để tạo thành một hỗn hợp bột mịn. Để yên 20 phút.

Đun nóng dầu trong chảo lớn đến 350F

Nhúng phi lê cá vào bột, thêm từng miếng vào dầu nóng. Nấu khoảng 5 phút, lật một hoặc hai lần, cho đến khi vàng và giòn. Cho ra đĩa có lót khăn giấy.

96. Trải bia và đậu nành

Năng suất: 3 cốc

Nguyên liệu

- 2 viên phô mai Edam tròn 7 oz
- 8 giống beo Kem chua sữa hộp
- ¼ cốc Bia
- 2 thìa cà phê hẹ snipped
- hẹ snipped
- Bánh quy các loại

Mang pho mát đến nhiệt độ phòng. Cắt một hình tròn từ trên cùng của mỗi viên phô mai, cách mép khoảng ½ inch. Loại bỏ vòng tròn đã cắt của lớp phủ parafin

Cẩn thận múc phô mai ra, để lại ½ inch phô mai nguyên vẹn để tạo thành lớp vỏ

Cho kem chua, bia, hẹ và phô mai vào cối xay sinh tố hoặc cối xay thực phẩm. Đậy nắp và xử lý cho đến khi mịn, thỉnh thoảng dừng máy để cạo xuống các mặt.

Cho hỗn hợp phô mai vào vỏ

Che và làm lạnh vài giờ hoặc qua đêm.

Trang trí với hẹ, nếu muốn. Ăn kèm với bánh quy giòn.

97. Bia nhúng phô mai và ớt

Năng suất: 1 phục vụ

Nguyên liệu

- 2 chén Cheddar mài sắc
- ¾ cốc Bia (không đen)
- 2 chén Jarlsberg nạo
- ½ cốc cà chua đóng hộp ráo nước
- 2 muỗng canh bột mì đa dụng
- 1 chai ớt jalapeno ngâm, băm nhỏ
- 1 nhỏ củ hành; băm nhỏ
- Tortilla chip như một đệm

- 1 muỗng canh bơ không ướp muối

Trong một cái bát, trộn phô mai với bột mì và để riêng hỗn hợp.

Trong một cái chảo lớn, nặng, nấu hành tây trong bơ ở nhiệt độ thấp vừa phải, khuấy đều cho đến khi mềm, thêm bia, cà chua và ớt jalapeño, đun hỗn hợp trong 5 phút.

Thêm $\frac{1}{2}$ cốc hỗn hợp phô mai đã để sẵn vào hỗn hợp bia, khuấy sau mỗi lần thêm cho đến khi phô mai tan chảy, dùng kèm với khoai tây chiên. Làm $4\frac{1}{2}$ cốc

98. nước mắm bia

Năng suất: 1 phục vụ

Nguyên liệu

- 1 cái ly mayonaise
- ¼ cốc catup
- ¼ cốc Bia
- 1 muỗng canh mù tạt đã chuẩn bị
- 1 thìa nước cốt chanh

- 1 muỗng cà phê cải ngựa chế biến

Kết hợp tất cả các thành phần.

Để nguội và dùng với cá.

99. Ướp bia cho thịt bò

Năng suất: 8 phần ăn

Nguyên liệu

- 2 lon Bia (lon 12 oz hoặc 10 oz)
- 2 muỗng cà phê muối
- ½ chén dầu Olive
- 1 muỗng cà phê ớt cayenne xay
- 1 muỗng canh giấm rượu
- 1 muỗng canh cải ngựa đã chuẩn bị

- 1 muỗng cà phê Bột hành tây
- 2 muỗng canh Nước chanh
- 1 muỗng cà phê Bột tỏi

Trộn tất cả các thành phần với nhau và sử dụng như một loại nước xốt.

Sau đó dùng làm sốt phết cho thịt khi nướng.

100. salsa bia Mexico

Năng suất: 4 phần ăn

Nguyên liệu

- 4 quả ớt khô mỗi loại
- 6 quả cà chua chín lớn
- $\frac{3}{4}$ chén hành trắng thái hạt lựu
- 4 tép tỏi mỗi thứ
- 1 muỗng canh muối thô
- $\frac{1}{2}$ thìa cà phê Tiêu đen

- ½ cốc bia Mexico
- ½ cốc lá ngò cắt nhỏ

Làm nóng lò ở 400 độ. Ngâm cá cơm trong nước nóng cho mềm, khoảng 10 đến 15 phút. Xả nước và cuống và hạt ớt. (Sử dụng găng tay.) Cho cà chua, hành tây, tỏi và ớt vào chảo rang và nướng trong lò trong 20 phút cho đến khi vỏ cà chua cháy.

Lấy ra và cho tất cả vào máy xay sinh tố hoặc máy xay thực phẩm và xay nhanh cho đến khi nhuyễn nhưng vẫn còn vón cục. Đổ vào chảo và đun nhỏ lửa. Khuấy muối, hạt tiêu và bia. Tắt bếp và thêm rau mùi. Phục vụ ấm áp. Làm 4 cốc

PHẦN KẾT LUẬN

Công dụng của việc nấu nướng và ngâm bia còn vượt xa cả việc giải cơn cảm lạnh sau một ngày dài. Các loại bia đủ sắc thái cũng có thể được sử dụng trong nấu ăn...

Rất đáng để dành thời gian và công sức để kết hợp bia với thức ăn. Nguyên tắc tương tự cũng được áp dụng khi sử dụng rượu vang để tăng thêm độ đậm đà và hương vị cho các món ăn, và bia (thường) rẻ hơn vino. Vì bia rất phức tạp, bạn nên sử dụng các sắc thái và phong cách khác nhau cho các công thức nấu ăn phù hợp và cuốn sách này đã trang bị cho bạn những ý tưởng để bắt đầu!

www.ingramcontent.com/pod-product-compliance
Lightning Source LLC
Chambersburg PA
CBHW050355120526

44590CB00015B/1696